பேசும் மரம்

வெ. கவியானந்தம்

புக் பென்சர்ஸ்

பேசும் மரம்
ஆசிரியர் © வெ கவியானந்தம்

முதற்பதிப்பு 2021
பக்கங்கள் 95

Published by Book Benchers 2021

ISBN 978-93-5533-199-1

ThebookBenchers@gmail.com
Contact 9944992571

Affliateded By
Aelay Publish
www.aelaypublish.com

உங்கள் எழுத்துக்கள் உலகத்துடன் பேசட்டும் வழங்கும் தொகுப்புநூல் 'பேசும் மரம்'.

வணக்கம் மக்களே! என்னை எழுத்தாளன் ஆக்கிய என் தாய்மொழி தமிழுக்கும், புத்தக பிரியர்களுக்கும் தமிழ் உள்ளங்களுமாகிய உங்கள் அனைவருக்கும் என் அன்பான வணக்கங்கள்.

உங்களில் ஒருவராகிய நான், தற்போது பேசும் மரம் புத்தகத்தில் தொகுப்பாளராக செயலாற்றுகிறேன்.

பேசும் மரம் இன்றைய சூழலில் நாம் வாழ தேவையான ஒன்று ஆக்ஸிஜன் அதனை தருவது மரம் இப்போது மரங்களின் எண்ணிக்கை குறைந்து வருகிறது. மரங்களின் அழிவு மனிதனின் அழிவு என்பதை அனைவருக்கும் உணர்த்தும் வகையில் இந்த புத்தகத்தில் கவிஞர்கள் தங்களால் முடிந்த அளவுக்கு உலக மக்களை பாதுகாக்கும் வகையில் தங்களின் திறமையை வெளிப்படுத்தி உருவாக்கிய புத்தகம்.

இந்த புத்தகத்தை படிக்கும் அனைவருக்கும் மரத்தின் அருமை புரியும் என்பதில் ஐயமில்லை. இந்த புத்தகத்தை படிக்கும் மக்கள் தாங்கள் ஒவ்வொருவரும் ஒரு மரம் நடுவதே இந்த புத்தகத்தின் உண்மையான வெற்றி, எங்களின் இந்த முயற்சிக்கு ஒத்துழைப்பு தாருங்கள்

நன்றி

வாழ்த்துரை

பேசும் மரம் -கவிதை புத்தகம்

ஒரு மரத்தின் எண்ணத்தை தன் வரலாறாக கூறுவது போல நூல் அமைக்கப்பட்டுள்ளது. மனித இயல்பே அவன் தேவைக்கு பயன்படுத்தி பின் வீசி எறிவதே,.அதை அப்படியே எதார்த்தமாக கூறியிருப்பது அருமை இக் காலக்கட்டத்தில் ஆக்ஸிஜனின் தேவை,அறிந்த பின்பும் எம்மை நீர் வாழ வைக்க கூடாதா?என வினவுவது போல மரம் பேசுகிறது.கவிதை காலச் சூழலுக்கு ஏற்ப அமைந்துள்ளது.மனித இனம் மரத்தோடு போட்டி போட்டு அழித்தால் இழப்பு யாருக்கு?என புரிய வைத்துள்ளது மரம்.கவிதைகள் அனைத்தும் அருமை.இளம் கவி .வெ. கவியானந்தம் தொகுப்பாளர் பல்வேறு கவிஞர்களின் கவிதைகளை அறிமுகப்படுத்த இந்நூலை உருவாக்கி இருப்பதற்கு பாராட்டுக்கள்.வாழ்த்துக்கள்.மேலும் உங்கள் பயணம் வளர இறைவனை வேண்டுகின்றேன்.பல படைப்பாளர்களை இளம் தலைமுறையினரை வெளி உலகிற்கு கொண்டு வர நீங்கள் முயற்சிக்கும் முயற்சிக்கு வாழ்த்துக்கள்.அருமையானதொரு தன்வரலாற்று கவிதையை வாசிக்க வாய்ப்பளித்தமைக்கு வாழ்த்துரை வழங்க கோரியமைக்கு நன்றிகள் பல பல.

அன்புடன்
முனைவர்சு. தாமரைச்செல்வி
உதவி பேராசிரியர், தமிழ்த்துறை.
தனபாக்கியம் கிருஷ்ணசாமி முதலியார் மகளிர் கல்லூரி
வேலூர்-1.

கவியானனந்தம் என்னும் இவர் வெள்ளையனை எதிர்த்த முதல் ஊரான வேலூரில் 29.07.2000 அன்று பிறந்தவர். அரசினர் கலைக்கல்லூரி குடியாத்தத்தில் கணினி பயன்பாட்டில் துறையில் இளங்கலை முடித்துள்ளார் இவர்.

கணினி படித்தாலும் தமிழ் மீது ஆர்வம் கொண்டதால் இவர் தனது கவி திறமையினால் சுமார் இருபது புத்தகங்களுக்கு துணை எழுத்தாளராக விளங்குகிறார். இவர் தனது கவி திறமையினால் பல விருதுகளை தமிழ் அமைப்புகள் மூலமாக வாங்கியுள்ளார். அவைகள் கவி முகில், இளம் கவி, இளம் தமிழர், கவிச்சுடர், தாயன்பர், அருட்ஜோதி, கவித்தென்றல் ஆகியன. இவர் கவிதை மட்டும் இன்றி சிறு கதை எழுதுதல்,மேடை பேச்சாளராகவும் நாடக கலைஞராகவும் மற்றும் விளையாட்டு வீரராகவும் சிறந்தும் விளங்குகிறார்.

மழையின் நண்பன் மரம்

நான்தான் மரம் - என்
நண்பனை காண ஏக்கம் என்னுல்!

மழையாக வந்தவன்
மண்ணில் பிறந்தவன்
எனக்காக!

வாறண்ட பூமியில் வாழ வைக்க
அவன் வருவான்
அவன் வந்தால் நானும் வருவேன்!

நான் அழைத்தால்
அவன் ஓடி வருவான்
அவன் வந்தால் தான்
நான் வாழ முடியும்
நான் வாழ்ந்தால் தான்
நீ பிறக்க முடியும்!

நானின்றி அவனில்லை
அவனின்றி நானில்லை
நாங்கள் இன்றி உலகில்லை
உலகின்றி நீங்களில்லை
என்பதனை நீங்கள் அறியவில்லை!

எங்களின் நிலை உங்களுக்கு
புரியவில்லை
எங்களின் அழிவு உங்களின்
அழிவு என்பது உங்களுக்கு
தெரியவில்லை!

எங்களின் அருமை உங்களுக்கு புரியும் போது
உங்களுக்கு உதவ நாங்கள் இருக்க மாட்டோம்!

தமிழின் தோழன்

கண்ணீர் விடும் மரம்

கண்ணீர் விடுகிறேன் கவலையில்
என் உறவினர்களை இழந்ததால் அல்ல
உனக்கு உள்ளம் இல்லாததை எண்ணி!

கண்ணீர் விடுகிறேன் கவலையில்
என் தலையை வெட்டியதால் அல்ல
உன் தலை முறையை எண்ணி!

கண்ணீர் விடுகிறேன் கவலையில்
என் அழிவை எண்ணி அல்ல
உன் அழிவின் ஆரம்பத்தை எண்ணி!

கண்ணீர் விடுகிறேன் கவலையில்
என்னை என்னி அல்ல
இந்த மண்ணின் நிலையை எண்ணி!

கண்ணீர் விடுகிறேன் கவலையில்
நான் கட்டையானதை எண்ணி அல்ல
நீ காணமல் போவதை எண்ணி!

கண்ணீர் விடுகிறேன் கவலையில்
என் நிலை என்னி அல்ல
உனக்கு வரும் நிலை எண்ணி!

எந்தன் கண்ணீர் துளிகள் உனக்கு
புரியும் காலம் வரும் அன்று
நான் இருக்க மாட்டேன்
உன்னை காக்க!

தமிழின் தோழன்

 பேசும் மரம்

மரத்தின் கேள்வி

உன்னை போன்று இறைவனால்
படைக்கப்பட்ட உயிரும் நானடா மனிதா
நீ சுவாசிக்க முயலும் காற்றை
தருவதும் நானடா மனிதா!

என்னை அழிக்க நினைக்கும் உம்
மத்தியில் மரமாய் நிழல் தரும் குடையாய்
உனக்காய் வளர்ந்து நிற்பதும் நானடா மனிதா!

எனக்கென ஒரு சொட்டு நீரைகூட
ஊற்ற நினைக்காத நீ என்
பயனை மட்டும் எதிர்பார்ப்பது ஏனடா மனிதா!

உன்தேவைக்காக என்னை அறுத்து
இழைத்து கொண்டாயடா மனிதா
உன்னை போன்ற உயிரும் நான்
என்பதை மறந்து விட்டாயடா மனிதா!

தொழில்நுட்ப பாதையை தேட
நீனைக்கும் நீ
என்னை தேட நினைக்க மறுப்பது
ஏனடா மனிதா!

என்னை அழிக்க நினைக்கும் மனிதா
உன் அழிவிற்கு அழைப்பு விடுக்கிறாய்
என்பதை மறந்ததேனடா மனிதா!

என் கேள்விக்கு பதில் தர தயங்கும் மனிதா
ஒருநாள் என்னை தேடி
ஓடி வருவாயடா மனிதா!

செயற்கை சுவாசத்தை எத்தனை நாளாய்
பெற்று கொள்வாயடா மனிதா
கடைசியில் செயல் இழந்து
நின்று விடுவாயாடா மனிதா!

என்னை காக்க மனம் இழந்து
கிடக்கும் மனிதா
நீயும் மறு பிறவியில் மரமாய் பிறப்பாய்
என்பதை மறந்து விடாதே மனிதா!

உ.கார்த்திகேயன்

ஒரு மரத்தின் குரல்

அழகிய மரம் நான்
என் அழகோ அழகு

வானுயர்ந்து நிற்கிறேன்வஞ்சகர்கள்
வெட்டிநரேஇனிமையான எனது குரல்
இவர்களால் மாறியதோ!

வஞ்சகர்கள் என்னை வெட்ட வலியில்
நானும் துடிக்கிரேனே! கடுமையான
எனது குரல்,என்னை காண்போர் காதில் விழவில்லையோ!
வேதனையில் உள்ள என்னைவஞ்சகர்கள் வெட்ட,
என்னைவெளிக்கொணர எவரேனும் உளீரோ!

ர.தா.சிவபாலன்

மரம் பேசுகிறேன்

பேசுகிறேன் !பேசுகிறேன் !
ஆம் ! மரம் பேசுகிறேன்!

என்னை விதைத்தவர் யாரோ ?
நான் அறியேன் ....அது
ஆநிரைகளோ அல்லது
பறவைகளாகவோ இருக்கலாம்
கண்டிப்பாக மனிதனாக இராது!

நான் முளைவிட்டு
நுனி மொட்டுக்கொண்டு
கொழுந்துடன் வளர ஆரம்பித்த நேரம்
தண்ணீர் இல்லாமல்
தள்ளாடியபடி தவித்தேன்!

நிலத்தடி நீரோ ஆற்றுநீரோ
ஊற்றுநீரோ எதுவும் இல்லை
விண்ணில் உலாவும் செயற்கை
கோள்களால் பருவமழையும்
பொய்த்துப் போனது!

என் கிளைகளும் இலைகளும்
வெம்மையால் கருகி
வெகுஅளவில் வாடி வதங்கிப்போனேன்
உலகுக்கு உதவும் எண்ணத்தில்
உள்ள உறுதியுடன்
எப்படியோ வளர ஆரம்பித்தேன்!

ஒரு பெரும் விருட்சமாகி
புதுப் பொலிவுடன்
புன்னகைப் பூத்தேன்
பறவையினமும் விலங்கினமும்
தங்கும் சமத்துவப்புரமானேன்!

பாதசாரிகள் களைப்புடன் நின்றால்
பாசத்துடன் சாமரம் வீசுவேன்
மழலைகளைப் பார்த்தால்
மன மகிழ்ச்சியுடன் தலையாட்டுவேன்

பெரும் மழையோ வெள்ளமோ
மண்ணரிப்பு நேராவண்ணம் பாதுகாத்தேன்
வருவோர்க்கும் போவோர்க்கும்
மழை நாளிலும் வெயில் நாளிலும்
நிழற் குடையானேன்!

சாலையோர வாசியாக
சங்கீதம்பாடி வாழ்ந்த என்னை
அகலப்பாதை போடவேண்டி
அவசரம் அவசரமாக
வேண்டிய அளவுக்கு வெட்டி வெட்டி
வேரோடு வீழ்த்தினார்கள் !

வேதனையோடு நான் சாய்ந்தேன்
என் மெய்யின் ஈரம் உலரும் வரை
வலிதாங்கி மௌனியானேன்!

மலர் தந்து மணம் தந்து
கனி தந்து வீடலங்கரித்து
நிழல் தந்து உரமாகி என்றும்
நீங்காமல் நான் காப்பேன்!

வெம்மை தவிர்த்து குளிர்ச்சியுடன் காத்து
ஓசோனின் ஓட்டையை தவிர்த்து
ஓய்வின்றி உழைக்க நான் இருந்தும்
ஒதுக்குவதும் ஏனோ எம்மை!

வீடுதோறும் எம்மை வளர்த்தால்
வீணில் உருவாகும்
வீண் மாசுக்களை தவிர்த்து
விரும்பிய ஆக்சிஜனைப் பெற்று
விழிப்புடன் வாழ வழிசெய்வேன்!

நாடும் வீடும் நலம்பெற நல்
உள்ளங்களே
உலகை காத்திட
உயிரென எம்மை காத்திடுங்கள்
எதோ ஒரு வகையில்!

இரா சதீஷ் குமார்

விழித்தெழு நண்பா - விழித்தெழு

மரம் ஒன்று தன்னை வெட்டிய தன்
முதலாளியிடம் கூறுவது போல் அமைந்த   கவிதை:

நான் தான் நீ வெட்டிய மரம் !

என்னைப்போல் பல மரங்களை
உனக்காக அளித்தேன்!

உன் குழந்தைகள் விளையாட
ஊஞ்சலாய் உழைத்தேன்!

நீ உன்ன இனிக்கும் பல கனிகள்
அள்ளிக் கொடுத்தேன்!

உன் இல்லத்திற்கு என என் பல
பாகங்கள் அளித்தேன்!

உன் வீட்டிற்கு எப்போதும்
நிழலாக வாழ்ந்தேன்!

உன் முன்னோர் பலரின்
பராமரிப்பில் வளர்ந்தேன்!

நீ அவர்களைப்போல் அல்லன் என
இன்று உணர்ந்தேன்!

என்னை வெட்டி விற்று அதன் மூலம்
செழிப் அடைந்தாய் என உணர்ந்தேன்!

____

நீ செழிப்படைந்தது போல் நீ பெற்ற
செல்வங்கள் செழிப்போடு வாழ

என்னைப்போல் ஒரு மரம் நடு -எனினும்
அவர்களுக்கேனும் தினம் சொல்லிக்கொடு
மரம் வெட்டுவது கேடு
அது பறவைகளின் வீடு
மரம் வளர்த்தால் செழிப்பாகும் காடு
காட்டை வளர்த்தால் வளமாகும் நாடு
மரம் வெட்டுவதை விடு
மற்றவர் வெட்டுவதை தடு
மரக்கன்றுகளை முடிந்த அளவிற்கு நடு
இனி அறியாமை உறக்கத்தின் இன்று நீ எழு
விழித்தெழு நண்பா விழித்தெழு!

-பா. ஆர்த்தி

தோழனே

மரம் ஒன்று மனிதனுக்கு கடிதம்
எழுதுவது போல் அமைந்த கவிதை:

உனக்கு பலஇன்பங்களை அள்ளித்தரும்
நான் அடையும் வேதனைநீ அறிவாயோ?
நீ வாழ காற்றை பரிசளிக்கிறேன்
உன் தாகம் தீர மழைப்பொழிய செய்கிறேன்!
என்னுடைய பல வண்ண மலர்களால்
தேனீக்களை வசப்படுத்தி
உனக்கு கனிகளை பரிசளிக்கிறேன் !
நானே பறவைகளின் வீடாவேன்
என்நிழலில் நீ காணும் இன்ப கனவுகளையும்
உன்ரகசிய உரையாடலையும் நான் அறிவேன்!
இந்தியராக பிறக்க மாதவம் செய்திட்ட
நீங்கள் என்பலனை மட்டும் எதிர்பார்த்து
என்னை இங்கிருந்து அகற்றுவது ஏனோ?
இமயமலையில் எங்களுக்காக அரணாய்நின்று
தங்கள் இன்னுயிரை மாய்த்த 'பிஷ்னோய்'
இனமக்களையும் உங்களில் நான்கண்டேன்!
கரையான் போலஎன்னை சிறுகசிறுக அழிக்கும்
மக்களையும் உங்களில் நான்கண்டேன்!
பாரதமாதாவின் உடல் தினமும் கடலைநோக்கி
செல்வதை கண்டு மனம் வருந்துகிறேன்!
காரணம் உங்கள் சுயநலம் கொண்ட
மனம் செய்யும் செயல்
பாவம் நானென் செய்வேன் - உங்களுக்கு
தெரியவில்லை 'அழிவது நானன்று நீங்களென்று'
விழித்தெழு என்னை உயிர்பித்து
நீ நலமுடன் வாழ!

கு. சந்தியா

மரத்தின் குமுறல்

மதியிழந்த மானிடா
தென்றலை புகையாக்கி
என் சுவாசத்தின் பாகை ஆக்கிவிட்டாயே !

பூ நிலத்தை மலடாக்கி
என் தேகத்தை விறகாக்கி புசித்துவிட்டாயே !

காடுகளை தரிசு நிலமாக்கி சுற்றுசூழலை பாலாக்கி
காலநிலை சிதைத்துவிட்டாயே !

மாடிகளில் வாழுகிறாய் உயிரெல்லாம் மாய்கிறதே !
அழியா குப்பைக் கூளங்கள் சேர்த்து
என் வேரெல்லாம் முடக்கிவிட்டாயே !

மானிடா நான் தொண்டை வறண்டு
போராடுவதும் எனக்கில்லை !
நாங்கள் இல்லையேல் உயிர்கள் இல்லை
என்றோர் உண்மை உணர்த்தவே !
என் பிள்ளைகளாகி
உங்களை காக்கவே !

உயிர்வளி முதல் ஓசோன்வளி வரை
உன் சுவாசம் தொடங்கி
விவசாய முதுகெலும்பு வரை !
அனைத்தும் கொடுத்து
உன்னைக் காப்பேன் !

என் உயிரை எடுக்காதே என்றுரைக்கவில்லை
என் உயிரே உனக்காக என்றே விதைக்கிறேன் !

உள்ளத்தே உணர்
என்னை வளர்
இயற்கை துளிர்
உயிரின் தளிர் !

என் குமுறல் கேட்டு மாறிவிடு !
உன் கதறல் கேட்க யான் விரும்பவில்லை!

-ம.சுதா

ஒருநாள் கேட்க வேண்டும்

மனிதர்களே
உங்களைப்போல் காற்றை விலைக்கு
விற்காத தால் தான்
என்னை வேரோடு வெட்டி வீசுகிறீர்களா?

சுவாசம் கொடுக்கும் என் மீது பாசத்தை
பொழிய விடினும் பரவாயில்லை!

ஒருநாள் கூத்தாய்
உலக வரைபடத்தில் நான் மட்டுமே
இருப்பது போல,
அன்று மட்டும் எனக்கென கவிதைகள்,
கட்டுரைகள் என எத்தனை விழிப்புணர்வு
என்னை வெட்டி வீழ்த்திய அதே இடத்தில்
மேடை அமைத்து எப்படித்தான் கதைக்கிறீர்களே!

-யாமினி

கண்ணீர் விடும் மரம்

என்னால் ஆன கட்டிலில்
உறங்கும் போது தெரியவில்லையா
மனிதா உனக்கு
நீங்கள் முழுவதுமாக உறங்கிய பிறகு
உங்களுடன் துணையாக எரிவது
மரங்கள் தான் என்று!

நீங்கள் நிழலுக்காக வரும்போது
என் கிளைகளால் நிழல் தர தவறியதில்லை!
நீங்கள் கல்லால் அடித்தாலும் கூட
நான் கனியை தர மறுத்ததில்லை!
என்னை வெட்டுங்கள் ஆனால்,
என் மேல் கூடு கட்டி வாழும் குஞ்சு குருவிகளுக்கு என்ன
பதில் சொல்ல போகிறீர்கள்?

உயிர் காக்கும் உரிமை என்னிடம்
உண்டு
என்னைக் காக்கும் பொறுமை உங்களிடம் இல்லையோ?

வெப்பச்சலனம்,
வறட்சி காற்று
இதற்கெல்லாம் யார் காரணம்?
இந்த பாவச்சுமை நான் உருவாக்கிய தல்ல
இது நீங்களாக தேடி
கிடைத்த வரம்!

காற்றுப்பதனியில் இருக்கும்
உங்களுக்கு எங்கு
தெரிய போகிறது
ஈரக்காற்றின் அருமை!

என் தலையை வெட்டி
சாய்த்து
ஏன் பிணியின் சாபத்தை வாங்கி
கொள்கிறீர்கள்?

- ச. ஜனனி

மனம் நொந்த மரம் ஒன்று

நீ தூக்கி எறிந்த விதை
தூரமாய் சென்று விழ
மண் மூடிய என்மேல் நீர் பட்டது! மழையால்!

நாட்கள் பல நகர துளிர் விட்டு
எட்டிப்பார்த்த என்னிடம்
நலம் விசாரித்தது சுட்டெரிக்கும் கதிர்கொண்ட சூரியன்
அவனது அன்பிலே நான் வளர
தேனாய் சுவாசம் தந்தது தென்றல்!

விதையிலிருந்து வளர்ந்தேன்
உன் உதவியின்றி விருட்சமானேன்
எங்கிருந்து நீ வந்தாய்
என் நிழலில் இளைப்பாற?
தூரமாய் செல் மனிதா உன்னை
துட்சமென கருதுகிறேன்!

- அருண்மொழி நாச்சியார்

மரம் எனும் நான்

புவிக்கு அர்த்தம் சேர்க்க
முளைத்ததும் நான் !

பச்சைப் பசேலென்று அகிலத்தை
அலங்கரித்ததும் நான் !

மனித வாழ்விற்கு சுவாசத்தை
அளித்ததும் நான் !

உயிரினங்களுக்கு உணவாய்
மாறியதும் நான் !

களைப்பிற்கு நிழலாய்
மாறியதும் நான் !

கவிஞர்களுக்குக் கூடமாய்
காப்பதும் நான் !

குழந்தைகளுக்குப் பூங்காவைப்
பார்க்கவைப்பதும் நான் !

காவல்தெய்வமாய்
காணப்பெறுவதும் நான் !

கண்களுக்கு இனிமையாய்
காட்சியளிப்பதும் நான் !

எதிர்பார்ப்பின்றி மனித உயிரைக்
காப்பதும் நான் !

மனிதன் புறக்கணித்தாலும்;
மனிதனுக்கே உதவிக்கருவியாய் மாறுவதும் நான் !

என்றும்.... என்றென்றும் தன்னிகரற்ற
உயிரினம் நான் !

பி.லோகஸ்ரீ

மரத்தின் புலம்பல்

பச்சைப் பசேல் என
இருக்கும் என்னிடம்தான் ,
பல வகை வியாதிகளுக்கு மருத்துவம்
இருக்கிறதென்று உனக்கு தெரியவில்லை !

மின்னல் இடி நேரத்தில்
என்னிடமிருந்து ஒதுங்க தெரிந்த உனக்கு ,
மின்விசிறி வேண்டாம் என்று என்னிடம்
நெருங்க உனக்கு தெரியவில்லை !

மூலை முடுக்கெல்லாம்
படர்ந்து கிடக்கும் என்னிடம்தான் ,
மூலிகை குணங்கள் நிறைந்து இருக்கிறதென்று
உனக்கு தெரியவில்லை !

என்னை அழித்து நிழற்குடை அமைக்கத் தெரிந்த உனக்கு ,
என்னிடம்தான் இயற்கை நிழல் இருக்கிறதென்று உனக்கு
தெரியவில்லை !

குளுகுளுவென்ற அறையில் குளிர்பானங்களை பருகும்
உனக்கு ,
என்னில் விளைந்த பழங்களில்தான் கிடைக்கிறதென்று
உனக்கு தெரியவில்லை !

---

*செயற்கை உரத்தைக் கொட்டி என்னை தினமும்
அழித்துக் கொண்டிருக்கும் நீ, இயற்கை உரத்தால் நான்
இன்பம் தழைப்பேனென்று உனக்கு தெரியவில்லை !

என்னை வதைத்து இருக்கை அமைத்து இளைப்பாற
தெரிந்த உனக்கு,
இன்னொரு வித்தை விதைத்து விருட்சமாக்க உனக்கு
தெரியவில்லை !

சுயநலமிக்க இந்த உலகத்தில் சுறுசுறுப்பாய்
அள்ளிக்கொடுக்கும்
என்னை சுத்தமாகப் பராமரிக்க உனக்கு தெரியவில்லை !

பலவகை காலங்களில் பழங்களை ரசித்துச் சுவைக்கும் நீ,
பாழ்பட்ட என்னை பழுதுபார்க்க உனக்கு தெரியவில்லை !

இலவசமாய் என்னை அனுபவிக்கும் நீ இன்னொரு வித்தை
விதைக்காவிட்டால் இன்னும் சில காலங்களில் நான்
முற்றிலும்
வீழ்ந்து விடுவேனென்று உனக்கு தெரியவில்லை !

ப.அர்ஜுன்

ஒவ்வொரு மரமும் தெய்வமென

ஏதோ ஒரு பனையில் முனியும் வீரனும்

ஏதோ ஒரு வேம்பில் அம்மனும் ஐயாவும்

ஏதோ ஒரு ஆலம்,அரசின் கீழ் பிள்ளையாரையும்
வைத்து

கடவுளென நம்ப வைத்தற்கு பதிலாய்

ஒவ்வொரு மரமும் ஒவ்வொரு தெய்வமென பெயர்
வைக்கப்
பட்டிருந்தால்

ஒரு வேலை நாங்கள் மரங்களை
வெட்டப்படாமல்...
இருந்திருக்குமோ
என்னவோ!

லெ.சு. பவன் பிரணவ்

பேசும் மரம்

மரம் சொல்லும் மனுநீதி

மானுடமே மறவாதே
மடைமைதனை செய்யாதே!

மீறினால் மண்ணுலகம்
மாண்டுபோகும் தன்னாலே!

வேர்களை வெட்டிவிட்டால்
வம்சம் வறண்டு போகும்!

நிழல்களேயின்றி
நீங்கள் வெயிலிலே
வாடக்கூடும்!

கருமேகம் கலந்து
கருவுற மறுக்கும்

மழைத்துளிகள்
மண்ணைத் தொடாது!

கிளைகளில்லா பறவைகள்
கூடிழந்து கூச்சலிடும்!

பெண்களின் புன்னகை
பூக்களில்லாமல்
பொலிவிழக்கும்!

கல்விக்கூடங்கள்
காகிதமின்றி காயப்படும்!

நீர்நிலைகள்
வறண்டு வாய்பிளக்கும்!

வானம் பார்த்து
விழிகள் விடைபெறும்!

வனவிலங்குகள்
உணவின்றி உயிர்நீக்கும்!

பூமித் தட்டுக்கள்
பூகம்பங்களை வரவேற்கும்!

பிராணவாயு
பிரபஞ்சத்தை பழிதீர்க்கும்!

பயணிக்கும் பறவைகள்
பசியாற இயலாது!

உறையும் பனிமலைகள்
வறண்டு எரிமலைகளாகும்!

மண்வளங்கள்
மழையின்றி மாய்ந்து விடும்!

நாம் வாழும் தேசங்கள்
நாடி இழந்து போகும்!

உயர்ந்த கட்டிடங்கள்
உலாவ யாருமின்றி
வெற்றிடங்களாகும்!

   பேசும் மரம்

கானகங்களில்
கானல் நீர் சுரக்கும்!

கிள்ளிக் கொடுக்கும்
காசுகளை நீங்கள்
அள்ளிக் கொடுக்கும்
அவலநிலை அமலுக்கு வரும்!

காற்றுக்கு விலை கொடுக்கும்
காலம் கையிலிருக்கும்!

நீருக்கு நீண்ட நாட்கள்
பயணம் நீளும்!

வறுமை நமக்கு
வறண்டு போகாத
விளைச்சலாகும்!

வல்லினமிருக்கும்
மெல்லினமிருக்கும்
வரிகள் எழுதும் விரல்களோ
ஓய்ந்து போயிருக்கும்!

காதல் கண்களை
மூடிக்கொள்ளும்!

காமம் கைகளை
மூடிக்கொள்ளும்!

குளிர் தேசங்கள்
கடுங்கோடை காணும்!

கண்களில்
உதிரம் வழியும்!

எங்களை வீழ்த்தும்
உங்களின் வேட்கை
நீளுமானால் துளிர்விடும்
வேர்கள் தளர்ந்து தம்
தலைகள் சாய்க்கும்!

மு புருசோத்தமன்

இறப்பின் கடைசி நொடிகளில்

மனிதமில்லா மகராசா!
ஏன் உசுற எடுக்க வந்த
எமனேஷன் நீதானோ !

பச்ச தண்ணி ஊத்தமா
பதநீரா எடுத்தீரே!

ஏன் தலை மயிரருத்து
பாய் மொடஞ்சு படுத்தீரே!

ஏன் கைய மட்டயினு வெட்டி
வீடு சுத்தி வேலி கட்டி
உன் வீடு காத்தீரே!

ஏன் புள்ள வேரருத்து
கிழங்கு சுட்டு திண்டீரே!

சின்ன சின்ன தொப்பி செஞ்சு
அழக அழகா பொட்டி செஞ்சு
அம்சமான சொளகு செஞ்சு
வீதியில் வித்த காலம்
விரும்பாண்டி மகனுக்கு
நினைவில்லையோ!

பணங்காசு சேந்துருச்சோ
பழசு எல்லா மறந்துருச்சோ!

நொங்கு கொல வெட்டி
நோட்டு நோட்டா சேத்த காலம் மறந்துருச்சோ
மகராசனுக்கு!

ஏன் உடலுறுப்பு வெட்டி வித்து
காடு கரை வாங்கயில
கசக்கலையே இந்த உசுரு!

கண் இருந்தாலவது
கண்ணீர் விட்டு துடைச்சுருப்பேன்
என் துக்கத்தை!

வாய் இருந்தாலவது
வார்த்தை வழி கூறியிப்பேன் !

எனப்படச்ச கடவுளும் உனைப்போல
வஞ்சகனோ!

எனக்கு கண்ணு வாயி
படைக்களையே!

பச்சை போர்வைபோல
பரந்து விரிந்து பரவிக்கிடந்த இவ்வயகத்தை
பாலைவனமாய் மாற்றிய பாவிகளும் நீயும்
ஒருவனாயிடாத மகராசா!

காலமெல்லா உழச்ச எனக்கு கால் காசு ஊதியம்
கொடுக்கல!

கால் சொட்டு தண்ணீர் ஊத்தல - இருந்தபோதும்
உனக்காக உழைச்சேனே!
துரும்பாக இழைத்தேனே!
எனக்காக பொறக்கலையே!

உன் உசுரயோ நான் கேட்கலையே !
ஏன் மேல என்ன கோவம்
என வெட்ட வந்துருக்க !

மழை தண்ணி பாத்து நாளாச்சு மகராசா!

பத்து நாளு பொருத்துக்கோ இந்த பனஞ்சட்டம் சாஞ்சிரும் !
உன் மனக்குறையும் தீந்துரும்!

தி.ராஜேஷ்

புலம்பல் விதை

விழுந்த இடமெல்லாம் வீறு கொண்டு எழுந்தவனை
வீடு வாசல் கட்ட அடியோடு அழித்தாயே!

ஆயிரம் ஆயிரம் அடி அரண்மனை கட்டி வாழ்ந்தியே,
அரை அடி இடம் கூட எனக்கு அளிக்களையே!

மண் எல்லாம் குளிர மழைநீர் தந்த எனக்கு மனமார
சிறுதுளி நீர் என்னோடு விடலையே!

நீ உயிர்வாழ உயிர்வளி கொடுத்த எனக்கு
நான் வாழ நீ ஒரு வழி தரவில்லையே!

அருமருந்தா காய்களும் பெரும் விருந்தா
கனிகளுமா விளைஞ்சு நின்னேனே!

மண்ணை காத்து உன்னை காத்தேனே,
என்னை புதைத்ததாலே உன்னால் வீழ்ந்தேனே!

மண் புகுத்தி, நீர் கடத்தி, எனை வளர்த்தி,
கிளைகள் தளர்த்தி, நிழல் படர்த்தி,
உழவு உயர்த்தி, உயிர் கொடுத்தேனே!

மருத்துவ குணங்கள் உண்டு என்னுள்,
மனித குணம் உண்டா உன்னுள்!

உன் தேவைக்கு நான்,
உன் சேவைக்கு நான்,
உன் சோலைக்கு நான்,
உன் ஆலைக்கு நான்,

நான் நான் நானென்று வாழ்ந்த என்னை ,
வீண் வீண் வீணென்று வீழ்த்திய நீ வீழும் நாளும் வரும்,

உன் ஊண் உடல் தின்று நான் வளர்வேன்,
வரும் சந்ததிக்காக!

- கோபி இராமச்சந்திரன்

என்னிடம் பேசும் மரம்

வானம் பார்த்த பூமியில்
எங்களை வாலெடுத்து வெட்டிவிட்டாய!

ஆறடி வளர்ந்திருந்தும்
எங்கள் அனைவரையும் வீழ்த்திவிட்டாய்!

நிலையாய் நிற்கும் நாங்கள்
நிழலையே கொடுத்தோம்!

வெயிலிலே நின்றாலும்
மழையையே கொடுத்தோம்!

அந்த மழையை கொண்டே
நாங்களும் உயிர் வாழ்ந்தோம்!

எழுத்துக்களுக்கு காகிதமாய்
அமர்வதற்கு நாற்காலியாய்
எங்களை நீ மாற்றினாய்!

பசித்தோருக்கு உணவாய்
நோயாளிக்கு மருந்தாய்
எங்களை நீ மாற்றி கொடுத்தாய்!

குயிலுக்கு கூட்டாய்
மயிலுக்கு வாழ்வாதாரமாய்
நாங்கள் இருந்தோம்!

ஆனால் நீ சுயநலம் கொண்டவனாய்
எங்கள் அனைவரையும் கொன்றுவிட்டாய்!

கெவின் பவித்ரன். ஜா

வெட்டி விடாதே ! விட்டு விடு !

பேசும் மரம்

மனிதா மனிதா
விட்டு விடு !
நான் வாழ வேண்டும்
நீயும் வாழ வேண்டும்
என்னை வெட்டி விடாதே !

மண் வளம்
பெருக வேண்டும் !
மழை நீரால்
நிரம்ப வேண்டும் !

மனிதா உனக்கு
பிராண வாயு வேண்டாமா ?
சுவாசம் கொண்டு நீ
வாழ வேண்டாமா ?

நிழல் தருவேனே
மறந்தாயா ?
காய் கனிகள்
விருந்து படைப்பேனே !

நீ பிறக்கையில்
நான் இருந்தேனே
நீ விளையாட
இடம் கொடுத்தேனே !

வெட்டி விடாதே ! விட்டு விடு !

பேசும் மரம்

நன்றி மறந்தாயா ?
பாதகா
நெஞ்சில் ஈரமில்லையா ?

நானின்றி தூய காற்று
எங்கிருந்து பெறுவாய் ?
மழை மேகம் தான்
தோன்றிடுமா ?

நான் உனக்கு
பழம் கொடுப்பேன்
நிறைய நிறைய
பலனும் அளிப்பேன்

மனிதா மனிதா
விட்டு விடு !

க.செளபர்ணியா

மரங்களின் அதங்கம்

வெயில் காற்று வீசும் போது
நிழல் காற்றை தேடினீர்!

நிழல் காற்று வீசும் போது
இயந்திர காற்றை தேடினீர்!

இயந்திர காற்று வீசும் போது
இயந்திர மனிதனாக வாழ தொடங்கினாய்!

இயற்கையை அழி த்தாய்- எங்களின்
அழிவே உங்களின் அழிவின் ஆரம்பம்!

நின்று பேச நிழல்கள் தந்தேன்
சுவாசிக்க காற்று தந்தேன்!

உயிர் வாழ நீரையும் தந்தேன்-நீயோ!
வசிங்க என்னையே அழித்தாய்!

எத்தனை காலங்கள் ஆனாலும் -நாங்கள்
இல்லை என்றால் நீங்கள் இல்லை நினைவில்
வைத்துகொள்!

ஹ.சரண்யா

நான் ஒரு மரம்

நலம் விசாரிக்க ஒருவனும் இல்லை!
நான்கு துண்டாக வெட்ட
அனைவரும் இருக்கின்றனர்!
தண்ணீர் ஊற்ற யாரும் இல்லை!
தனித்தனியாக எங்களைப் பிரித்து
பணமாக்க யாவரும் உள்ளனர்!

கனிவாய் பேச ஒருத்தரும் இல்லை! கனிகளைப் பறித்து
உண்ண
அனைவரும் இருக்கின்றனர்!

இலைகளைப் பாதுகாக்க எவரும் இல்லை!
இளைப்பாற எல்லாரும்
இருக்கின்றனர்!

விதைகளை விதைக்க யாருமில்லை!
வீரவசனம் பேச யாவரும் உள்ளனர்!

இருப்பினும் கொடுப்பதை கொடுப்பேன்..

இருக்கின்றவை இழக்கும்வரை!

மீ.அனு

பாமரனின் வாழ்கையில் பலன் தரும் மரங்கள்

பருவநிலையில் பல சீற்றங்களை தாங்கியும், இன்று கட்டிலாக
பாட்டாளியின் உடலையும் தாங்குகிறேன் !

நான் வாழும் இடத்தில் நீ அசுத்த காற்றை தந்தாலும் !
நீ வாழ நானோ சுத்தமான மூச்சுக்காற்றையே
கொடுக்கிறேன் !

வெட்டவெளியில் நான் இருந்தாலும், உனக்கு
உச்சிவெயிலில் நிழல் கொடுக்கிறேன் !

தொட்டில் கட்டி தூங்க வழி செய்தேன், இங்கே
பட்டினியால் தவிப்போருக்கு கனி கொடுத்தேன் !

பறவைகள் வாழ என்னுடலில் இடம் தந்தும், என்னை
பணத்திற்காக வெட்டி துண்டாக்குவது நியாயமா?

கடவுளையே தேர் வடிவில் அரவணைத்தும், என்னை
கண்டுகொண்டு தோள் கொடுக்க ஆள் இல்லையே !

ஜான் போஸ்கோ

அடேய் கொடூரா

அடேய் மனித ஜன்மங்களே!
நான் தான் டா மரம் பேசுறேன்!
மனசாட்சி இருக்கா இல்லையா?

உயிர் வாழ ஆக்ஸிஜன்காக
என்னிடம் மண்டியிட்டாயே!
நியாபகம் இல்லையா உனக்கு?

அள்ளி அள்ளி அல்லவா
கொடுத்தேன் உனக்கு!
பின்பு...உறைவிடத்திற்காக
என்னை நாடினாயே!

நானோ உனக்கு நிழலாக
அல்லவா இருந்தேன்!
பின் வளர்ச்சி அடைய அடைய
உன் ஆசைக்கும் அளவில்லாமல்
அல்லவா போயிட்டு!

பின் வீடு கட்ட எண்ணி
என்னை அழிக்க தொடங்கினாய்!
நானும் வீட்டிற்காக தானே
என்று பொறுத்துக்கொண்டேன்!

பின் காகிதம் தயாரிக்க வேண்டும்
என்று என்னை வெட்டினாய்!
கோபம் வந்தும் மனிதன் தானே!
என்று உன்மேல் அன்பினால்
விட்டுக் கொடுத்தேன்!

நாட்கள் போக போக
என்னை முற்றிலுமாய்
அழிக்க ஆரம்பித்தாய்!
என்னை மட்டுமா?
என்னை சுற்றி திரிந்த
பறவைகளைகூட விட்டு வைக்கவில்லையே நீ!

மாட மாளிகைகள் கட்டி
ராஜாவாக திரியும் உனக்கு
மரம் நட ஏன் தெரியவில்லை?

அதனால் தான் உன்னிடம்
போர் தொடுக்கிறேன்
கொரோனா என்ற பெயரில்!
இப்போது உனக்கு உதவுவது
என் ஆக்ஸிஜனா இல்லை
நீ கட்டிய மாட மாளிகைகளா?

சிந்தித்து செயலாற்று!

-ஹுசைனா.ஸா

வேரில்லா மரம்

ஆயிரம் புள்ளினங்களின்
புகலிடமாய் இருந்த ஆலந்தருவாகிய
நான் - இன்று
ஏனோ உங்களுக்கு மட்டும்
அந்நியன் ஆகிப்போனேன்!

குருகிற்கும் குருவிக்கும் கூடக
இருந்த நான் - இன்று
உங்கள் வீட்டிற்கு இடையூறாய் இருக்கிறேனென்று
பெரும்பாடாய்
மாறிப்போனேன்!

துள்ளித் திரிந்து பாடிப் பறந்த எனது பந்துக்களை - இன்று
மின்தூணில் தூக்கிற்கு
ஏற்றுகின்றார்கள்!

மேகத்தில் கருவாகி
மலையில் உருவாகி
காட்டில் ஆறாகி
என் மடியில் சேயாகி
தவழ்ந்து பாய்ந்த நதியை - இன்று சாக்கடையில்
சேறாக்குகின்றீர்கள்!

ஒற்றைக்காலில் தங்களுக்காக தவம் புரியும் பச்சை
கொக்குகள் நாங்கள்
உங்களின் இச்சைக்காக என்னிடம் பிச்சை கேட்கும்
மாந்தர்களே!
மறந்துவிடாதீர்கள்!

மண்ணுயிர்களின் இன்னுயிர்
ஊற்றுக்கள் நாங்கள் என்பதை
விறகாக பிறந்து வீணையானோம்
புல்லாக பிறந்து புல்லாங்குழல்களானோம்!

முள்ளாக பிறந்து வில்லான
நாங்கள் - இன்று
செல்லாத செலவாகா சில்லறை ஆகிப்போனோம்!

மானிடர்களே!
என் உடலிலிருந்து உதிர்ந்து போகும் இலைகளின்
ஓலக்குரல் உங்களுக்கு கேட்கவில்லையா?

ஓடி வந்து நீர் கொடுங்கள்
நீரும் உயிர் காத்துக்கொள்ளுங்கள்!

- ஆதிபி (ஆதி. பிரகலாதன்)

மரம் பேசுகின்றேன்

தாலாட்ட தொட்டில் தந்தேன்!
நடைப் பழக கைவண்டி தந்தேன்!
படுத்துறங்க அழகிய கட்டில் தந்தேன்!

பறவைகளுக்கு வீடு தந்தேன்!
விலங்குகளுக்கு நிழல் தந்தேன்!

இத்தனையும் போதாதென்று
காற்றாய் வந்து மூச்சு தந்தேன்!

என் மடி மீது அமர்ந்து ஆடும் அழகிய ஊஞ்சல் தந்தேன்!
ஏழைக்கு இனிய குடிசை தந்தேன்!

பழங்கள் பல தந்து
ரணங்கள் பல ஆற்றினேன்!
முக்கனி அது நீ சுவைக்க முழுவதுமாய் எனை தந்தேன்!

இருக்கையில் இத்தணையும் தந்து
இறக்கையில் அடுப்புக்கு நெருப்புமானேன்!

வீழும் மரங்கள்
விழாத மழை துளிகள்!
வேண்டும் சாமிகள்!
வேண்டாத புதுமைகள்
இத்தனையும் அதிசய மாக்கி-ஏனோ
என்னை தூக்கிலிட்டாய்!

பெயரில் மட்டுமே அஃறிணையானேன்!
பட்டங்கள் அனைத்தும் நீ பெற்றாய்!
வசனங்களில் மட்டுமே உயிர் பெற்றேன்!
வாழ்வில் நிறைய வெட்டு பட்டேன்!

வீட்டிற்குள் புகுந்து விலங்குகள் அட்டகாசம் என்பதைவிட,
காட்டிற்குள் புகுந்து மனிதர்கள் அட்டகாசம் என்று
எழுதுவதே அறம்!

வேதியல் கலவையில் கூரையிட்டு!
நெகிழி கலவையில் மூழ்கிவிட்ட-மனிதமே
மறந்துவிடாதே பேசுவது மரம் என்று!

நீரை விலைக்கு வாங்கும் நீ
காற்றை விலைக்கு வாங்கும்
ஆபத்தான நிமிடங்களை நெருங்கிக்
கொண்டிருக்கின்றாய்!

எனை நீ தேடுவதற்குள்
உன்னை நீ இழப்பாய் புரிந்துகொள்!

ச.திருமலை. M.Sc.,B.Ed.,

புதுகொள்கைத் தறி

மண்ணிற்கு
நானே உரம்
மழைக்கு
நானே வரம்!

வழங்குகிறேன் உனக்கு
மூலிகைகளும் காய்கனிகளும்
வாழ்விற்குத் தேவையான
மூலதனப் பொருட்களும்!

சுற்றுச்சூழல்
சுத்தம் செய்யும்
இயற்கையின் பிள்ளை
நான் உனக்கு
இளைப்பாற நிழலும் கொடுக்கிறேன்!

இதுபோல் அதிகம்
கொடுத்தும்
எனை நீ
கொல்வதேனோ?

மாறிப்போனது
விளை நிலங்களும்
பொட்டல் காடாய்!
மறைந்தேபோனது
மழைத் துளிகளும்
கானல் நீராய்!

ஆயினும் சுமக்கிறேன் - எனை
அழித்தவனையும் நாற்காலியாய்!
இறந்தும் தருகிறேன் - என்
இறப்புச் சான்றிதழை
வெள்ளைக் காகிதமாய்!

என் வாழ்வை
என்னவென்று
நான் மொழிய?

எனை வெட்டினால்
குறைவது நான் மட்டுமா?
எண்ணிப்பார்
குன்றுவது உன் ஆயுளும்தான்!

மண்வளம் சிரிக்க
மனிதவளம் பெருக்க
மனிதா! - நீ
கோடாரியை எறி!
எனை காக்கும்
புதுகொள்கைத் தறி!

கா. அ. பாத்திமா ஜாப்ரின்

பனையின் ஓலம்

பகட்டாய் வாழ
பாலாய்ப் போன
பீட்சா பர்கரில் சிக்கிக் கொண்டு
முப்பது வயதிலேயே நோக்காடு கண்டு
பணம் என்ற மூன்றெழுத்துக்காக
நலம் என்பதை மூட்டைக்கட்டிவிட்டு
ஓடி ஓடி உழைத்து - நல்
ஒழுக்கங்களை பயில மறுத்து
பயிற்றுவிக்க மறந்து
முதியோர் இல்லமதில்
முடங்கிப் போகும் மானிடா!

முப்பாட்டன் முத்தென விதைத்து
முள்ளான புஞ்சையிலும் தழைத்து
முன்னோரவன் பெயர்ச்சொல்லச் செழித்து
முன்னூறு ஆண்டுகளுக்கு மேலும் நிலைத்து
மாநில மரமாய்- இல்லை-
மறுக்கப்பட்ட மரமாய்
முறுக்கோடு நிற்கும்பனைமரம் பேசுகிறேன்!

நட்டவன் பார்த்தமட்டும் மாண்டாலும்
நட்டவனின் பரம்பரைக்குச் சொத்தாய்
நானூறு ஆண்டுகள் பதறாமல் நின்று
நான் தரும் ஆசைப் பண்டங்களையும்
நன்மைகள் அனைத்தையும் பிண்டமாக்கி
நானூறு ரூபாய்க்காக கருத்துணராமல்
நெஞ்சமதிலே ஈரமின்றி அறுத்துப் போடுகிறாயே !

ஆனிவரை பதநீர் குறித்து
ஆடிதனிலே நுங்குண்டு சலித்து
ஆரோக்கிய கிழங்குண்டு வெறுத்து
அடியேன் தொகையயதிலே
அழகாய் வேலிகள் வெய்து
ஆசைக்கென தவுனதைக் கடித்து
அருமை மணம் கமழும் பலமதைச் சுவைத்து
ஆடம்பர பங்களாவில் வாழும் உனக்கு
அன்றாட பாட்டாளியின் வயிற்றில் அடித்து
அறுத்துவிட்டுச் சென்றாயே !
ஆழமதைக் காணாமல் அடக்கி என்னை
வண்டியில் ஏற்றினாயே !

- தமிழ்ச் சேவகி த.சிந்துகவி

நான் மரம் பேசுகிறேன்

கோடை காலத்தில் நிழலாக வந்தேன்
மழை பொழிய காரணமாக நின்றேன்
பறவைகள் வாழ வீடாக மாறினேன்
கலைப்பில் இளைப்பாற தாய்மடியாக இருந்தேன்
தவறு என்ன செய்தேன் மனிதா

தரைமட்டமாக என்னை வெட்டியது ஏனோ!

பறவைகள் இறை தேடி செல்லுகையிலே
அதன் வீட்டை அழிப்பது நியாமில்லையே
அந்தி நேரம் தாய்ப்பறவை வருகையிலே
நான் என்ன சொல்லுவேன் தெரியவில்லையே!

மூச்சுக்காற்றை சுத்தம் செய்யும் என்னை
சுருக்கிட்டு கொலை செய்து விட்டு
சுத்தமான மூச்சுக்காற்றை தேடி
சுற்றி அலைவதே இன்றைய அவலம்!

தெருவோரம் இருந்த என்னை வெட்டிப்போட்டு
தண்ணீரைத் தேடி போவது ஏன் விண்ணுக்கு
சாலை விரிவாக்கமென என்னை சாய்த்துவிட்டு
சிக்கிக் கொள்வது ஏன் வெயிலுக்கு !

நன்றி மறந்த மனிதா
நானில்லா இந்த உலகம்
நரகமாக மாறும் கொஞ்ச நாளில்
என்னை நாட்டி வை உன் வீட்டில்
என் கிளைக்கரம் காக்கும் உன் தலைமுறையை
கரம் கொடுங்கள் என்னை வளர்க்க !

நந்தினி

வெட்டப்பட்ட மரம் பேசினால்

எந்தன் நிழலில் இளைப்பாற என்னில் தஞ்சம் அடைந்தாய்!
எந்தன் வளங்களை பயன்படுத்தி வளமை அடைந்தாய்!

வாழ என்றே எண்ணி இருந்தேன்!
வாழ்க்கையில் சில தழும்புகளை மட்டுமே
கொடுத்துவிட்டு சென்றாய் கோடாரி முனையிலே!

மண்ணை குளிர்விக்க என்னை விதைத்தாய்
என்றே நினைத்தேன் -ஆனால்
மண்ணில் இருந்து
என்னை வெட்டி வீழ்த்திடவே என்று உணர்ந்தேன்!

காற்றாய் உந்தன் மேனியில் வீசி சென்றேன் நீயோ
என்னை கட்டுக்கட்டாய் கட்டியே வண்டியில் ஏற்றினாய்!

நீ வெட்டிய இடத்திலும் துளிர்விட துடித்தேன் ஆனால்
உந்தன் மனமோ என்னை கிள்ளி எறிந்தது!

முட்டி மோதியே முளைத்த என்னை மூச்சடக்கி
கொன்றுவிட்டாய்!

சுவாசிக்கின்ற காற்றையும் வாங்கும் நிலை வரும் போது
உணர்வாய்

என்னை அழித்துவிட்டு நீ வாழ்ந்திடலாம் என்றே
கனவுலகினில் இருந்திடாதே!
என்னை தேடியே நீ அலைவாய்
அன்று புரியும் எந்தன் அருமை!

என்னை அழித்துவிட்டோம் என்று பெருமிதம் கொள்ளாதே!
நாளை உந்தன் தலைமுறை சொல்லும்
நீ செய்த தவறை எல்லாம்!!

கு.ரமேஷ்குமார்

கூவும் மரம்

அடி மரக்கூடு!
மடி இலை சோறு!
உணவெறிக்க விறகு!
உடுத்த ஆடை!
தாக்க ஆயுதம்!
தடுக்க போர் முகம்!
தொற்று நோய் மூலிகை!
தோரண மா இலை!
மனிதா!
உன் சுவாசம் என் மூச்சில்
உன் அனுபவம் என் காட்டில்!
என்னுடன் நூறு ஆண்டுகள் வாழ்ந்தாய்!
என்னை அழித்து ஐம்பதில் ஆயுள் இழக்கிறார்!
எனது கண் துளி உந்தன் இறுதி சடங்கில் கலக்கட்டும்!

ஆ. ச. பவித்ரா

மரத்தின் மனம்

விடி சுடர் மறைத்து
கரு மேகம் இணைத்து
முத்தான மழை துளி மண்ணை அடைய
மரமான நானே காரணம்!
உன் தாக நீருக்கு விலைக் கொடுத்தாய்
என் தாய் மண் வளத்திற்கு என்ன செய்தாயா?

வாழிடம் தந்த நான் உனக்கு எதிரியா!
செயற்கை மாற்றதால் நீ இயற்கையின் துரோகியா!

ஆயிரம் விரல்களால் இதமாக வருடுகிறேன் உன்னை
அதனால் அழித்தாயோ என்னை!

மண் உயிருக்கு சுவாசம் தந்தது நான்
கண் இமைக்கும் நொடியில் என்னை அழிக்க கருவிகள்
செய்கிறாயோ!
காற்றிற்காக வரவில்லை ஏ/சி
முற்காலத்தை மறந்துவிட்டாய் நீ கொஞ்சம் யோசி
நவீனம் உன் வாழ்க்கை அல்ல
வதைத்து விடும் உன்னை!

என் அழுகை காட்ட கண்களும்
என் வருத்தம் சொல்ல குரலும்
இல்லாததினால் தொலைக்கிறாயோ நீ என்னை
தூரம் சென்ற வாழ்வில் அன்பை தேடி நிற்பாய்
நிற்க நிழல் இன்றி போகும் காலம் என் அருமை புரியும்!

ஆ. ச. பவித்ரா

சுவாச மரம்!

நீ கருவறையில் இருக்கும் போதோ உன் சுவாசத்தால்
அறிமுகம் இன்றி நண்பன் ஆனேன்!
நீ வளர்ந்து என்னை ஆனதை என வெட்டி விட்டாய்!

வான் மழை பொழியும் போது வர்ணித்து எழுதுகிறார்
அரைகுட நீருக்கு அலைந்து ஓடுகிறார்!

கோடை சுட்டு எரிக்க சூரியனை வெறுக்கிறார்
வேடம் இடும் மனதை வெள்ளை என நம்புகிறாய் !

தொடர் மழை பொழியா சோகம் கொள்கிறார்
மழை இல்லாக்காலம் மனம் உருக தவிக்கிறார்!

பனி தூரல் அழகை பார்க்காமல் உறங்குகிறாய்
பாதையின் சிரலை மறந்து செல்கிறாய்!

உனக்கு எங்கே தெரிய போகுது என் கவலைக்கிடம்?
அளக்க முடியாத உயிரின் மதிப்புக்கு ஆக்சிஜன்
தேடி அலையும் போது அறிவாய் நீ என்னை!

ஆ. ச. பவித்ரா

கேள்விகளுடன் மரம்

உலகின் தொப்புள் கொடியில் பிறந்தவன் நான்!
உந்தன் இறப்பை உன் தாய் மனம் தாங்குமா!

என்னை மடியச் செய்கிறாயே எந்தன் உலகம் நிலைக்கும்!
உன் வருங்காலத்தை மாடமாளிகை சேர்க்கும் நீ
உயிர் சுவாசத்தை மறப்பது ஏனோ!

என்னை முழுமையாக அர்ப்பணித்து என் வம்சம் அழிக்க
துடிப்பது ஏனோ!
பச்சை நிறத்துடன் பருவம் அழகில் பறவைக்கு எல்லாம்
பகிர்ந்து அளிக்கிறேன்!

என்னை ஒரு துளி பாசம் காட்டாமல் தோழ் கொடுக்கும்
என்னை விலக்குவது ஏனோ!
சிலைக்கு நிழல் தந்தேன் சேர்த்து சுற்றினாய்
உன் உணர்ச்சிக்கு உயிர் தருகிறேன்
உதாசீனம் செய்கிறாயோ ஞாயமா?

ஆ.ச.பவித்ரா

இயந்திர உலகம்

எங்கேயோ பறந்த பறவை
விட்டுச்சென்ற விதை ஒன்று,
மண்ணில் விழுந்து
மழை ஈரம் தாங்கி!

வேர் பிடித்து
வெப்பம் தாங்கி
கிளைகள் விரித்து
நிழல் கொடுத்து
கனிகள் முதிர்ந்து பழமாகிய பின்!

ஊன் உயிர் வாழ உணவு தந்து
உயிரினங்களின் உறைவிடமாகி
உபகாரம் செய்தேன்
என்னை போல் எத்தனையோ பேர் இன்று!

விலாசங்களற்று
வெறுமனே
வீதி தோறும் வறண்டு
கிடக்கின்றனர்!

கண்டும் காணாது போல்,
கடந்து செல்கிறாயே
மானிடா?

இயந்திரமாய் மாறிப்போன
இந்த உலகில்!
இதயம் இருந்தும் இல்லாத
நிலையே மனிதனுக்கு!

கோகிலவாணி பழனிசாமி

உன்னில் நான்

என் பெயரோ மரம்
இயற்கை உங்களுக்கு கொடுத்த வரம்
என்றும் குறையாத தரம்
பசுமை என்பதே என் நிறம்!

நான் இருக்குமிடம் வனம்
கெடுதல் நினைக்காதது என் குணம்
தீங்கே செய்யாத இனம்
அனைத்தும் அளிக்கும் மனம்!

வெட்ட வெட்ட விழுவேன்
வெட்டினாலும் துளிர்வேன்
உம்மை நம்பியதால் அழுவேன்
ஆயினும் ஆக்சிஜன் (உயிர்வளி) அளிப்பேன்!

விதையால் வளர்ந்தேன்
உலகெங்கும் நிறைந்தேன்
மனிதர்களைக் கண்டு பயந்தேன்
அதனாலே நண்பர்களை இழந்தேன்!

சிலரால் மீண்டும் பிறந்தேன்
நல்லோர் இருப்பதை உணர்ந்தேன்
இருப்பினும் பல இன்னல்களைக் கடந்தேன்
ஆயினும் கடமை செய்ய விரைந்தேன்!

மழலையோ என்மீதேறி விளையாட
மாங்கனியைச் சுவைத்து கவிபாட
மாறுமோ எண்ணம்
மாறாது என் வண்ணம்!

நான் இல்லா உலகம்!
மனிதர் வாழ்வில் நரகம்!

-செல்வகுமார்.கு

ரௌத்திரம் பழகிய சிட்டுகள்!

சிட்டுக்குருவிகளே!
இந்த குருட்டு கிழவனின்
பேச்சைத் தயவு கூர்ந்து கேளுங்கள்!
உங்கள் வெட்டி விராப்பையெல்லாம்
குப்பையில் கொண்டுபோய் கொட்டுங்கள் !

எனக்கோ அகவை ஏணிமரம் போல் ஏறியதாகி விட்டது!
உங்களுக்கோ அகந்தை கிலோ கணக்கில்
கண்ணு மண்ணு தெரியாமல் கப்பல் ஏறி விட்டது!
போதாத காலத்தில் உங்களோடு போராட முடியாது
என்னால் புரிந்துகொள்ளுங்கள்   மரிக்கொழுந்துகளே!

எனது அருமை அன்புமணிகளே!
என் இதயக் அணிகளே!
வேரூன்றிய விருட்சம் நான்
வேதனைத் தீயில் கொதிக்கிறேன் !
கூடியவிரைவில் சாம்பல் ஆவது உறுதி!

நிழல் குடையாகிய நான் நிற்கதியில் நிலைகுலைந்து
நிற்கிறேன்!
நின்னை சரண் அடையாமல் தவிக்கிறேன் !

என் அவல நிலை நன்கு அறிந்தும்!
என்னை அடைக்கலம் காத்த காலம் போதாதா
உங்களுக்கு?
இனியும் காலம் தாழ்த்த வேண்டாம் என் கலங்கரை
விளக்கங்களே!

சூடாமணிகளே !பொறுத்தது போதும் பொங்கி எழுங்கள்!
எனது அருமை உறவுகளே !வேண்டாவெறுப்பாக
குடில் அமைத்த கொடூரம் போதாத கொஞ்சும் குருவிகளே!

பாசத்தை மறந்து பழகிய இக்கிழவனைத் துறந்து
வேறு தேசம் நோக்கி சிட்டாய் பறந்து பயணம்
மேற்கொள்ளுங்கள்! நல்லதொரு இல்லறம் நடத்துங்கள்!

செல்லாக்காசாக்கிய என்னில் செழிப்பத்தை காண
துடிப்பது மிகப் பெரிய முட்டாள்தனம் !
நினைவில் வைத்துக்கொள்ளுங்கள் !என்னில் துன்பமே
மிஞ்சும்
இன்பம் என்னிடம் வரவே அஞ்சும்!

அன்பிற்கு இனிய தங்க தருவே! சொல்பேச்சு கேட்க
வில்லை
என்ற பேச்சுக்கே இடம் கொடுக்க வேண்டாம்!
உங்கள் துயரம் புரிகிறது!

அயர வேண்டாம் ! உங்கள் அருமை பெருமையெல்லாம்
இந்த சின்னஞ்சிறு சிட்டுகளுக்கு தெரியும்
!ஆயத்தமாகுங்கள் அன்பரே!
உங்களை வேண்டி விரும்பி கேட்டுக்கொள்வது ஒன்றுதான்!

உங்கள் மூச்சுக் காற்று எங்களுக்கு முப்பது முக்கோடி
தேவர்கள்
பால்வீதியில் வாழ்த்து அனுப்பிய சத்திய வாக்கு!

உயிர் இருக்கும் வரை உங்களோடுதான் !
உதிரம் காய்ந்தாலும்
உங்கள் நிழலை கூட எந்தக் கயவரையும்
நெருங்க அனுமதியேன் !

எங்கள் உருவம் சிறிது தான்!
அதைவிட எங்கள் அகந்தை பெரிதுதான் !
மனிதனின் கர்வத்தை தூக்கியெறிவோம்!

ஒன்றை மறவாதே வயதில்
மூத்த   மரகத மாணிக்கமே!
மனிதன் மனசாட்சியின்றி
உன்னை வேர் அறுக்கலாம்
பசியாற்றிய வயிற்றுக்கு துரோகத்தை
தாராளாமாக விளைவிக்கலாம்!

பஞ்சத்திற்கு உயிர் கொடுக்கலாம்
உனக்கு ஊறு விளைவிக்கலாம்!
நன்றி மறந்த நாயாக உன்னை அகல பாதாளத்திற்கு
கூட கீழே தள்ளிவிடலாம்!
உனக்கு தூக்கு தண்டனையைப் பரிசளிக்கலாம் !

பரவாயில்லை நாங்களும் உன்னோடு உனக்கு
உறுதுணையாக
உடன் கட்டை ஏறுகிறோம்!
எத்தனை துயர் வந்தாலும்
பின்வாங்க மாட்டோம்
தக்க பதிலடி கொடுப்போம்!
தங்கு தடையின்றி உன்னைக் காப்போம்!

மண்ணோடு மண்ணாக நீ சாய்ந்தாலும் !மக்கி
சீரழிந்தாலும்
சிரம் தாழ்த்தி உன்னை
என்றும் மறவாது சீர் அமைப்போம் !
விழுதே ! வீழாதே! விலகாதே!
ஓடாதே! ஒழியாதே!

- பா.கவுசிகா (பார்கவி

பசுமைப் புரட்சி

விண்துளியில் உயிர்த்து
மண்ணுக்குள் ஊடுருவி
விண்ணை நோக்கித்
தன் கரங்களை உயர்த்தி
மண்ணின் குடிமக்களுக்காக இறைஞ்சும்
தியாகத்தின் வடிவம் நாங்கள்

மூச்சுக்காற்றைத் தூய்மையாக்கும் துப்புரவாளர்கள்
பசிப்பிணி மருத்துவர்கள்
இப்படி உங்களோடு உறவாடும் உறவுகள்
கொஞ்சம் கொஞ்சமாக
உங்கள் கனவுகளுக்காக
மண்ணில் புதையுண்ணும் காட்சி
உங்கள் கண்களைக் கசிய வைக்கவில்லையா?

எங்களின் மரண ஒலிகள்
காற்றின் நாதத்தில் கலந்து ஒலித்துக் கொண்டிருக்கிறது
உங்கள் காதுகளைக் கூர்மையாக்கிக் கேளுங்கள்!

மனிதா !
ஒரு நிமிடம்
பிரபஞ்சம் அழகு கொழிக்க
என்ன செய்ய போகிறாய்?
உன் கடைக்கண் ஓரத்தில்
துளிர்த்திடும் ஈரம் காய்வதற்குள்
உருவாக்குப்
பசுமைப் புரட்சி பயணம்!

முனைவர் ஜா. கிரிஜா

முணகல்

கண்ணீர் அஞ்சலி ஒட்டுப்படம் பெயரிடாது
குறிப்பு வைக்கிறது பலருக்கும் நிலையென்று!

மடித்து விரித்து ஆயிரம் கசக்கல்
மக்கும் குப்பையை மனதார வாழ்த்துகிறது!

செய்திகளை வாரியிரைத்து செல்கிறது குறிப்பேடுகள்
ஒன்றே குறை இறந்த மரம்!

மலச்சுவட்டினை மறைத்து வைக்கிறது மனச்சுவட்டினை
குறிக்கிறது காகிதமாய் கற்பழிக்கப்பட்ட மரக்கூழ்கள்!

தவஞ்செய்யும் மாந்தருக்கே ஆசானாய் எதிர்பார்ப்பு
ஏதுமின்றி எதற்காக நிற்கிறோமென மனவோட்டம்

முதிர்ச்சியின் பெருநிலை அனுமதியின்றி கீழேயிறங்கும்
இலைத்தழை கடைசியில் ஒற்றை மரமே

கருவிகளன்றி காதை இனிமையாக்கி செல்கிறது
கிளையோடு ஊடலுற்ற காற்றின் கனிமொழி!

புகைப்படமற்ற முன்னோராய் தலைமுறையின் வீட்டின்
நினைவலைகள் வீசுகிறது நம்மின் வாசம்!

நடக்கும் சக்தியொன்று இருப்பின் தேசம்
தாண்டி காதல் செய்திருக்கலாமெனும் ஏக்கம்!

எவர்மீதோ கோபம் கொண்டு நம்மை
ஏசிடும் மின்னலொளி இரையாய் காடுகள்!

கடக்கும் பொழுதே காதில் விழுகிறது
முணங்கி கொண்டிருந்த மரங்களின் பின்பேச்சு!

ஒருவேளை பேசியிருந்தால் தோற்றிருப்பர் மாந்தர்கள்
எண்ணத்தின் எதிரொலி மீயொலியாய்!

மே. மு. மணிமாறன்

மரத்தின் வேதனையும், மனிதனின் அழிவும்

இதமான தென்றலைத் தேகம் முழுதும்வீசி
புத்துணர்ச்சி அளித்த என்னை நீ
இதயமின்றி கூரியவாள் கொண்டு வெட்டி
மண்ணோடு மண்ணாகச் சாய்த்தாயே!

வடிந்தொழுகும் கண்ணீரும்,
அருந்தவ செந்நீரும்
கண்டும்கூட உனகவிழிகள் திறக்கவில்லையே!

வேதனையில் கூறும் கதறல்களைக்
கேட்டும்கூட
உன்னிருசெவிகள் அடைப்பட்டனவே!
நான் அழிந்தால் நீ அழிவாய்!

நீரின் ஆதாரமாய் விளங்கும்
என்னைத் தொலைத்து நீ
நிலத்தடிநீருக்காக ஆழமான
துளைகளை இடுகிறாயே!

ஆழ்த்துளையில் வரும்நீரானது நிரந்தரமல்ல; நாவரண்டு
நீருக்காக அலையும் காலத்தை நெருங்குகிறாய்!
நான் அழிந்தால் நீ அழிவாய்!

அடுக்கடுக்காய் மாளிகை கட்ட
சுவாசம் தந்த
என் இனத்தை அடியோடு அழித்தாயே!

நோயால் அவதிப்பட்டு செயற்கை சுவாசத்துக்காக
அம்மாளிகையில் இறுதிநொடிகளை எண்ணுகிறாயே!
நான் அழிந்தால் நீ அழிவாய்!

விழித்துக்கொள் மனிதா! விழித்துக்கொள்!
என்னைக் காத்தால்
நீ காக்கப்படுவாய்!

சி.மௌனிகா

வளர்த்தவனே வெட்டினான்

தூக்கி விசப்பட்டவன் நான்
விதை என பெயர் சுட்டப்பட்டவன்!

மண் அடியில் இருந்து பூமியை பிளந்து
புது உலகை பார்த்தேன்!

மூச்சுதிநரலில் விடுபட்டு
புதுகாற்றை சுவாசித்தேன்!

சல சல தண்ணீர் சப்தம்
குளு குளு வேனளன் மீதுப்பட்டது!

பச்சை நிற ஆடை அணிந்தேன்
இளந்தளிர் என பெயர் சூட்டினர்!

பல ஆண்டு கழித்து பெரியவனானேன்
பெரிய உடல் பல கைகள் கொண்டேன்!

மரம் என பெயர் கொண்டேன்!

பூவும் காய்களும் பரிசாக கொடுத்தேன்
தென்றல் விச
நடனமும் அடினேன்!

பல நாள் கழித்து
ஆட்களின் சப்தம்
என்னை வளர்த்தவரே
ஆட்களுடன் என்னை வெட்டினார்!

இப்போ என் பெயர் மரக்கட்டை!

இரா. கலைவாணி எம்., ஏ

மாசற்றாரின் கேண்மை

பல்லாயிரம் அடி உயரத்திற்கு அடுக்கு மாடி வேண்டுமாம்!

நின் நட்டு வைத்ததால் வளர்ந்து , முதுமையின் தோற்றமாய்
நரம்பின் கோடுகள் வெளி வந்து!

நட்டு வைத்த கையினால் பட்டை என்று அழைத்து வெட்டி அறுக்கப்பட்டு
உந்தன் சுயநலனுக்காக நிலத்தினைக் காவு கொடுத்து!

நின்னைக் காக்க விடத்தையும் அருந்தி
உயிர்வளியும் கொடுத்து!

அல்லற்படும் உந்தன் வாழ்வுதனில் எல்லையற்ற
பங்களித்து!

நித்தமும் நின்னை நாடிச் செயலிழந்து
உந்தன் எண்ணங்களால் என்னை வெட்டிச் சாய்த்து
துகிலுறுக்கப்பட்டு!

பணத்தாசையினால் உருக்குலைந்து திண்டாடும் வர்க்கம்
முடிவினை தானே உரைத்திடும் அர்ப்ப பிறவிகள்!

சுதந்திரம் வகித்தும் இப்பிறவிகளின் அவலங்களால்
அவதரிப்பதென்ன!

- ப.ஹரிணி (கவியின் காதலி)

ஒரு மரத்தின் வலி

மனிதா!
உன்னிடம் ஒரு கேள்வி
நீ இன்றி நான் இருப்பேன்
நான் இன்றி நீ இருப்பாயா!

உன் வாழ்விற்கு நான் அவசியமே
என் வாழ்வை நீ அழிக்கிறாயே!

உன் வெயிலுக்கு நான் தேவையே
நான் வாழ்வதற்கு உன் உதவி தேவையே!

உனக்கென்று அனைத்தையும் தருகிறேன்
நான் வளர உனக்கு மனம் இல்லையே!

உனக்கான அழிவை நான் தடுக்கிறேன்
எனக்கான பயனை நீ தர மறுக்கிறாயே!

உன் மீது வெயில் பட்டால் காய்ந்து போவாய்
அந்த வெயிலில் நான் காய்ந்து உன்னை காக்கிறேன்!

மனம் தளர கூடாதா
மரம் தா
மழை தருகிறேன்
வாழ்வோம்! வாழவைப்போம்!

- மா.சிவக்குமார்

ஏய்ய்ய் மானிடா

படர்ந்து அடர்ந்திருந்த புற்களின் மீது பாதம் பதித்தேன்!
மிரட்டலாய் ஒரு கர்ஜசனை!
ஏ மானிடா
கூச்சலிட்டு சிரித்தன தாவரக் கூட்டங்கள்!

இதோ பாருங்கள்
கலியுக கைதி!

வாழ , வான் உயரக் கட்டிடங்கள் படைத்தவன் !

விண்ணிலேர ,விமானம் படைத்தவன்
விரைந்து செல்ல, வாகனம் படைத்தவன்!

ஏற்ற தாழ்வு விதைக்க, பணத்தை படைத்தவன்
சாஸ்திரம் எழுதி, சாதி படைத்தவன்!

கர்வம் துளிர்த்து,இயற்கையை பழித்தவன் !

அழித்தான் நம்மை
இன்று ஆக்ஸிஜன் இன்றி மீண்டும் அழைக்கிறான் நம்மை!

மானிடா ஓஓஓ மானிடா!
பேசிய மரம்
பேதளித்த மனிதன்!

- கண்மணி தமிழ் பாரதம்

மரத்தின் புலம்பல்

மனிதா உன் உடலுக்கு கனியளித்தேன்
உயிருக்கு காற்றளித்தேன்
உன்வாழ்வுக்கு வழியமைத்தேன்!

ஆனாலும் வஞ்சத்தில் என் உயிரை இழந்தேன்
எனைநீ எதிர்த்த நாள் முதல்
நான் உனை மன்னிக்க பழகிவிட்டேன்!

என்னசெய்ய நானும் ஓர் உயிர் தானே
வலிதாங்கா மேனி என் வலியறிய செய்தது உனக்கு!

இதை புரியாநீயோ எனை இகழ்ந்தாயோ
குணமற்ற மனமோ தேடுவது பணம்தான்
எனையழித்த பின்பு மிஞ்சுவதும் உனக்கு பிணம் தான்!

வெயில் தணிய நிழல் கொடுத்தேன்
கனல் எரிய
தனை கொடுத்தேன்!

மகன் என்றே விட்டுக் கொடுத்தேன்
நீயோ மரம்தானே என்று வெட்டி தொடுத்தாய்!

உனக்குநான் அளிப்பதெல்லாம் உன் வளத்துக்கா
நீ எனை அழிப்பதோ உன்சுய நலத்துக்கா!

உன் நிலையறிய வைத்த நோயே
என் வழியறிய வைத்தது இன்று
இதை நீ புரிந்துக்கொள்வது என்று
எனை நீ மறவாது இருப்பதே நன்று!

சி.வைத்தீஸ்வரன்

மனித மரம்

முச்சந்தியில் ஒய்யாரமாய் நின்றிருப்பேன்
ஊர் பஞ்சாயத்துகளுக்குக் காது கொடுப்பேன்
இளைப்பாற இடம் தருவேன்
வெட்டி வீழ்த்தும் கோடாரிக்கும்
விரல் தந்து வாழ்வளிப்பேன்!

பெரும் புயலுக்குத் தப்பிய என்னை
போகிற போக்கில்
வெட்டி வீசும் மனிதா
என்ன சொல்லி உன்னை மாற்றுவது?

ஓரறிவு உயிர் தானே
போகட்டும்
என்று உன் ஆறறிவு சொன்னதோ!

நான் செத்து வீழ்ந்தாலும் விறகு
நீ...?

வாகனத்தில் விரைய
நீ வழி கேட்கிறாய்...
நான் உனை வாழ்விக்க
வாழ்க்கைப் பிச்சை கேட்கிறேன்!

உயிர் சுவாசம் தரும் என்னை
கொன்று விட்டு
உன் சந்ததிக்கு
என்ன பதில் சொல்வாய்?

கேவலம் மரம் தானே என்று
கேலி செய்யும் மனித மரமே
பதில் சொல்!

சீ. மோகன் ராஜ்

நீ தூக்கி வீசிய நான்

நீ தூக்கி வீசிய நான் தூணாக எழுந்து
மீண்டும் உனக்கே நிழலானேன்!

பறவைகளுக்கும் பல உயிரினங்களுக்கும்
இருப்பிடமாக திகழ்ந்தேன்!

என்னை அடியோடு வெட்டி விட்டு
உன் இருப்பிடத்தை உருவாக்கினாய்!

ஆதிமனிதன் என்னை
இருப்பிடமாகக் கொண்ட வாழ்ந்தான்!

நவீன மனிதன் என்னை வேரோடு பிடுங்கி
எறிந்துவிட்டு அவன் இருப்பிடத்திற்கான
அடித்தளத்தை உருவாக்குகிறான்!

சூரியனின் சுண்டி எடுக்க நான் காய்ந்து
சருகாகி என் இரத்தத்தை
மழைத்துளியாக்கினேன்!

நீ விளைவித்த விதையை முளைக்கச்
செய்து செழிபாக்கினேன்!

என் ஆயுள் முழுக்க உன் ஆயுளுக்கு
தேவையான ஆக்ஸிஜன் தந்தேன்!

ஆறறிவு படைத்த அடி முட்டாளே
என்னை அடியோடு வெட்டுகிறாய்!

நீ வெட்டும்போது விழுவது வெறும் இலை
தலைகள் அல்ல உன் எதிர்கால தலைமுறைகள்!

- ச.பவித்ரா

நானே பேசுகிறேன்

ஆயிரம் கவிதைகள்
வந்தாலும்
எனதன்பை நானே
எடுத்துரைக்கிறேன்!

நானும் நீயும்
ஒன்றே;
ஒற்றைக் கால் நாயகன் நானே;
ஊர் முழுக்க,
ஓயாமல் நிற்கிறேனே,
அகலப்படுத்த
அகற்றினீர்
அழகு மரங்களையே!
ஓட்டுமொத்த உழைப்பிற்கும்
ஒப்பீடு நானோ!

ஆதி முதல் அந்தம் வரை
அனைத்திலும்
அற்புதப்பலன்களே!

சுற்றியிருக்கும் சூழலில்
சுகமான மனநிலை
என்னாலே;

<hr>

வளங்கள் அதிகம்
வளமாய் தருவேனே;

அறிவின் வளர்ச்சி
ஆக்கிரமித்ததே
அழகோவியங்களை!

நீரை எடுத்து
உரமாய் மாற்றுவேனே
எமக்கு;
பலன்கள் உமக்கு;
ஆதவனின் ஒளியில்
ஆரம்பிக்கிறேன்
எனது உணவையே!

மழைநீரே எந்தன்
விருந்தாளியே ...
வருவதும், போவதும்
தெரியாதே!

என்னில் உண்டு
ஆயிரம் வகைகளே;
எனினும் எதிலும்
இல்லை குறைகளே!

இலைகள்,
கிளைகள்,
விழுதுகள்
அனைத்தும்
எந்தன் உறுப்புகளே!
உமக்கோர் உறவுகளே!

பசுமையில்
எமது பங்களிப்பு
ஏனோ அதிகமே!
வீழ்ந்தாலும்
விருட்சமாவது
எனது மதிப்பே!

இயற்கைச் சீற்றம்
இருந்தும் இயங்குது
உலகம் எங்களாளே!

ஆயுள்காலம் அதிகமே,
அதுவரை
இல்லை கவலைகளே!

மஞ்சு. கி

கதைப்பேசும் மரம்

மரத்தை அழித்தும்
மடமை மானிடனே!

உதிரும் இலைத்தளிர்கள்
கூட உன்னிடம்!

மெல்ல கதைப்பேசும்
மரத்தை வளர்த்தால்!

கல்லெறிந்தவனுக்கும்
வாரி வழங்கும் வள்ளலானேன்!

பாரபட்சம் பாராமல்
அடைக்கலம் தந்தேன்!

நிறபேதைமை பாராமல்
நல்நிழலும் அளித்தேன்!

விசுவாசியாய் இருந்து
சுவாசத்தை சுத்தப்படுத்தினேன்!

எண்ணற்ற பயன்களைத் தந்தும்
அயலாரைப்போல் அறுத்து
கிடக்கிறேன் வீதியினிலே!

என்னை அழித்து
நீ வாழ்ப்போகிறாயா மானிடா..?

மரங்களை அழித்தால்
மானுடம் தழைக்காதென்ற
உண்மை தெரியாதோ உமக்கு..?

இனியாவது சொல்கிறேன்
கேளடா மானிடா!

எங்களையும்
வாழவிடுங்கள்
உங்களுக்காகவே..!

-கவிஞர் பாரதி பாஸ்கி

மரங்களின் மனமே

மண்மாதாவை இறுகப்பற்றி
மலையளவு வளர்ச்சிபெற
எனக்கு உதவினவே ஐம்பூதங்களே
நீங்களே என்னை வளர்க்க உதவினீர்கள் என்ற
என்மனம் பேசுவது உங்களுக்கு கேட்கவில்லையா!

நான் நன்கு வளர்ந்து செழிக்க
கிளைகள் விட்டு நெடு நெடுவென்று வளர்ந்து
நிழலும் தந்து
நீண்ட ஆயுளும்
தந்த தருகின்ற என்னை நீங்களும்
நினைவில் வைத்துக்கொள்ளவும்!

மக்களே என்னை
உங்கள் வீட்டில் ஒருவரக ஏற்றுக்கொள்ளுங்கள்
நான் வேர்விட்டு
இருந்தாலும் நீர்விட்டது நீரே
வானின் நீரே!

எல்லையில்லா
பெருவெளியில்
சஞ்சாரம்செய்து
வனவாசம் போன்ற வாழ்க்கை
நான் வாழ வானகமுமே எனக்குத்துணை!

விண்ணை மறக்க நினைப்போர்க்கு
மண்ணை மறக்க நினைப்போர்க்கு
என்ன மறக்க இயலாது என்பது
ஊரறிந்த விசயம் உலகறிந்த விசயம்!

எனவே என்னால் உங்களுடன்
பேச வேண்டும்
என்ற ஆவலில்
எனது கருத்துகளை
அடுக்கடுக்காக
சொல்லி வந்தேன் சொல்லியும் வருவேன்!

சொல்லாத சொல்லெடுத்து
உங்களோடு
உங்களுக்காகவே வாழும் நான்
நன்றாக இருந்தால் உலகமே நன்றாக
இருக்கும் மழை பொழியும்
மண்குளிரும்
மனங்கள் குளிரும்
மரமாகிய
நானே மனதோடு
உங்கள் மனதோடு
மரத்தின் தன்மையோடு!

முனைவர் கவி சு. நாகவள்ளி

மரத்தின் எண்ணம்

மனிதத்தை மறந்த மனிதனே
அறியாத வயதில் நீ தூளியில் தூங்க
நான் தான் வேராய் இருந்தேன்!

தென்றல் காற்றாய் வந்து
உனக்கு உயிர் மூச்சைத் தந்தேன்
சுடுவெயில் உன்னை சுட்டெரிக்க
நிழலாய் நான் உன்னை தாங்கி நின்றேன்!

நீ உயிர் வாழ
என் உறுப்புகளையும் உனக்கு அளித்தேன்
உன் அழகிய வாழ்க்கையில்
என் பங்கு எல்லையற்றது!

நீயோ,
என் அழகிய வாழ்க்கையை அழிக்க நினைக்கிறாயே!
மரம் வளர்ப்போம் என்ற பழமையை மறந்து
மரம் அழிப்போம் என்ற புதுமையோடு
வாழ்க்கையை வாழ்கிறாய்!

பழமையை மறந்து என் உயிரை பறிக்க நினைக்கிறாய்
பாதக மனிதா
நீ உயிர் வாழ
நான் உயிரோடு இருக்க வேண்டும்!

என்னை அழிக்க நினைத்து
உன்னை நீயே அழித்துக் கொள்ளாதே....!

பா. சுரேகா

---

www.ingramcontent.com/pod-product-compliance
Lightning Source LLC
LaVergne TN
LVHW041732190726
843493LV00008B/2324